கண்க(லா)ள் பேசிய வரிகள்

(கண்களின் காதலன்)

ப.அன்பரசன்

ஏலே பதிப்பகம்

கண்க(லா)ள் பேசிய வரிகள் – கவிதைகள்
© ப.அன்பரசன் 2021
எழுத்தாளர்: ப.அன்பரசன்

முதல் பதிப்பு: செப்டம்பர் 2021

வெளியீடு:
ஏலே பதிப்பகம்
5/175, பாத்திமா நகர்,
கூத்தென்குழி,

திருநெல்வேலி – 627104

தொடர்புக்கு: 9944992571

Kangal pesiya varigal - Poetry
All CopyRights Reserved By © P.Anbarasan 2021
Author: P.Anbarasan
First Edition: September 2021

Published By:
Aelay Publish
5/175, Fathima nagar,
Kuthenkuly,
Tirunelveli -627104
Phone: 9944992571

Design And Executed by

ISBN : 978-93-5533-113-7
Page 187

ப.அன்பரசன்

(

என்னை விழுங்கி, விதையாய் விதைத்த
"விழிகளுக்கு" இப்படைப்பு சமர்பனம்

இது எனது முதல் கவிதை புத்தகம்.
இதில் ஏதேனும் பிழை இருப்பின்
தயவுடன் மன்னித்து உங்கள் அன்பினையும்
ஆதரவினையும் அல்லித் தருமாறு அன்போடு கேட்டுக்
கொள்கிறேன்.

கண்க(லா)ள் பேசிய வரிகள்

என்னை வாழவைக்கும், தமிழுக்கும் வாசிக்க வைத்த
தமிழின் எழிலுக்கும்...
எந்தன் தேகத்தோடு தேங்கி நிற்கும் சில வரிகள்...
தமிழ் மொழியாம் செம்மொழி இவையாவும் எம் மூச்சினில்
கலந்த நம் மொழி...
"தமிழ்" என்ற சொல்லை உறைக்கையிலே சுவையூட்டும்
வள்ளமை கொண்டது எம் மொழி...
தாகத்தில் தண்ணீர் பருகாமலும் கூட இருத்ததுண்டு...
தமிழை பருகாமல் ஒருநாளும் இருந்ததில்லை...
இவ்வுலகில் எத்தனையோ மொழிகள் இருந்தாலும்
இலக்கண இலக்கியங்களை கொண்ட ஒரே மொழி எம் தாய்
மொழியாம் தமிழ் மொழி...
மூவாயிரம் மொழிகள் இருப்பினும் முதன்மை மொழியாம்
எம் தமிழ் மொழி...
கல் தோன்றா மண் தோன்றா காலத்தே தோன்றி நம்மை
கரை சேர்க்குமாம் எம் மொழி...
எம் மொழி இருப்பினும் மும்மொழி (இயல் இசை நாடக)
சிறப்பு தமிழுக்கே உரித்தானது...
"யாமறிந்த மொழிகளிலே தமிழ்மொழிபோல்
இனிதாவது எங்கும் காணோம்"
என்றார் பாரதிதாசன், தமிழ் என்பது வெறும் வார்த்தை
அல்ல தமிழர்களின் வாழ்வின் பண்பாடு... தமிழ் மொழியின்
இடத்தை வேறு எந்த ஒரு மொழியும் அவ்வளவு எளிதில்
நிறப்பிவிட முடியாது...
தமிழின் பெருமையையும் பழமையையும் சொல்லி முடிக்க
இந்த ஆயுள் போதாது... மறு பிறவி என்று ஒன்று இருந்தால்
தமிழனாய் பிறந்திட இறைவனடி வேண்டுகிறேன்...
வாழ்க தமிழ்...! என் வாழ்க்கையும் தமிழ்...!!

ப.அன்பரசன்

வெட்கத்தில் "வேவு பார்த்து,
பார்வையில் பதம் பார்க்குதடி"
உன் "குறுகுறு கண்கள்"...!
பட்டாசு சத்தம் கேட்ட பச்சிளம் குழந்தைப் போல
"பதைக்குதடி என் பாதங்கள்"...!
உன் "விழிகள் அசையும் ஓசை"
என் "செவியோரம் பேசுதடி"
என், "குருதி வரைச் சென்று கூசுதடி"...!

⬇ உன் முதல் பார்வையிலே
நான் முழுவதும் வேர்த்தேன்...!
நீ, முகம் சுழிக்கையிலே
நான் மூச்சடைத்துப் போனேன்...!
நீ, முத்தம் இடையில் தான்
நான், முழுமையடைந்தேன்...!

ப.அன்பரசன்

அறுசுவைக் கொண்ட "உனது இதழும்"...!
நவரசத்தைக் காட்டும் "உனது விழியும்...!
வாள் வீசும் "உனது பேச்சும்"...!
என்னை வதைத்த " "உனது மூச்சும்...!
புதைக்கத்தான் சொல்கிறது, "உன்னில் என்னை"...!
எப்போது மீட்கப்போகிறாய், "என்னில் புதைந்த உன்னை
"...!

⚘ என் "கண்னெதிரே ' நீ ' இருந்தால்",
அது காலையோ...மாலையோ... தெரிவதில்லை ...!
கனாவிலும் உந்தன் முகம் என்
"இமைகளை விட்டு மறைவதில்லை...!
உந்தன் இரு விழியை "இயந்திரம் போல் ஆட்டாததடி"...!
இமைகள் எனும் இரும்புத்திரைக் கொண்டு
இந்த "காட்டான பூட்டாததடி"...!

ப.அன்பரசன்

உன் கண்கள் மட்டும் தான்"அழகு"
என்று, நினைத்துக் கொண்டிருந்தேன்...!
இத்தனை காலம்...
கண்ணாடியை கண்ட , "அந்த கணம்" தான்,
தெரிந்து கொண்டேன்...!
"உன் கண்கள் " கண்ட அனைத்தும்
"அழகாக" மாறிவிடுகிறது என்று...!

↓ உன்னைப் பார்த்ததும் "பதைக்குதடி என் இதயம்"...!
உன் இரு விழிகள் என்னுல், "புதைக்குதடி காணும் எதையும்"...!
உன் புன்னகை தானடி "என் பொழுதுபோக்கு"...!
வாயிக்கு சாயமிட்டு "வானவில்லை மரைக்காதடி"...!
உன் விழிகளுக்கு சாயமிட அந்த "வண்ணங்களை
குறைக்காதடி"...!

ப.அன்பரசன்

உன் "விழி" எனும் வில்லில் இருந்து,
பாய்ந்த அம்பு தாக்கி "வீழ்ந்தேனடி"...!
'நீ ' என்னை அழைக்கையில் தான்,
தற்காலிகமாக இயங்குகிறேன்...!

முத்தமெனும் "முத்திரை பதியட்டும்"
நம் இதழ்களில், முரணின்றி நில்லடி...!
முத்தமிட்டது யாரென,
"முத்திரை சொல்லட்டும்" சத்தமின்றி நில்லடி...
சந்தங்களை சகித்துக்கொள்
"உதடுகள் உரையாடட்டும்"...!
உரையில் இதழ்கள் "உரிந்து உதிரட்டும்"...!

ப.அன்பரசன்

கட்டி அணைக்க "காலங்கள் தேவையில்லை"...!
கண்ணோடு, கண் பார்த்த
"நெஞ்சோடு உரசும் ஞாபகங்கள்" போதுமடி...!
தீரா ஆசையாய் "தேகங்கள் பின்னட்டும்",
திசை அறியாமல் "தென்றலும் திணறட்டும்"...!

⚬ வெறும் பக்கங்கள், "நிறைந்து வழிகின்றது"...
அவள் நோட்டமிடுவதை குறித்துக்கொள்ள
போட்டுவைத்த நோட்டுகள் ...
அவள் "சல்லாபப் பார்வையில்"
நான் சரிந்து கிடக்க, சலனங்கள் ஜனனமாகிறது...
" என் மூச்சுக்காற்றில்"
அவள் சிரிப்பு சத்தம் "தென்றல் தழுவ"
மெல்லிசையில் என் "மேனியும் சிலிர்க்குது"...
மேற்கொண்டு பார்காதடி "மேனியும் தாங்காது"....
மெத்தனம் கெள்ளாதடி "என் வாலிபம் தூங்காது"...

ப.அன்பரசன்

↓   முன்,பின் பார்க்கவில்லை
முகவரியும் கேட்கவில்லை இருப்பினும்
"முத்தங்களை" வாரி இறைக்கின்றது
"உந்தன் இதழ்கள்"...
ஆஹா... உந்தன் இதழ்களுக்கு, ஏனோ...!
இவ்வளவு பெரிய "தாராள மனது"...!

↓ கல்லி அவளை கண்டதினாலே,
"கால்களும் ஓயலையே"...
மாங்கனி அவளைக் கண்டு
"மதியம், மதிகெட்டு திரியுது" அவள் பின்னே...
சொன்னாலும் "கேக்கலையே"
சோறு தண்ணி "எறங்களையே"...
சுந்தரி அவள் பின்னால் சுற்றுவதை "நிறுத்தலையே"...
என்னவென்று யாரேனும் கேட்டா
எனக்கு "பதில் தெரியலையே"...
தேடினாலும் "கிடைக்களையே"...
சற்று, நின்று செல்லடி சாய்ங்காலம் நேரமாச்சி...
சத்தங்களும் நின்னு போச்சு...
நிழல்களாவது ஓய்வு கொள்ளட்டும்...
நிம்மதியாய் நித்திரை கொள்ளட்டும்...
படுத்துறங்கு புல்ல...
பகலில் தொடர்வோம் பயணத்தை...

ப.அன்பரசன்

⚘ ஒவ்வொரு முறை நீ, "தேனீர் பருகும்" போதும்...
பொறாமை கொள்கிறேன் அந்த "கோப்பையின் மீது"...!
உன் "இதழ்கள் மேல்" கோப்பையின் "வாய் படும் போது"...
சுவை மறந்து சுவைக்கிறேன் சுட்டது கூட தெரியாமல்...!
(நீ குடித்து வைத்த கோப்பையில் இதழ் வைத்து பார்கிறேன்
சுடுகிறதோ என்று...)

நீ, கூந்தலை வருடும் வேளையில்
"வார்த்தைகள் மறக்குதடி" என்னுல்...
நீ, பவுசாய் பார்க்கும் பார்வையில் புதிதாய்
"வார்த்தைகள் பிறக்குதடி" நம்முல்...
கண்களால் என்னை "கைதாக்கிட வந்தாயா"...
காதலைச் சொல்லி "கைதியாக்கிட வந்தாயா"...
நாம் நம்முல் கரைந்து காதல் செய்வோம்,
காதலில் விழுந்து மோகம் கொள்வோம்,
தீரா ஆசைகளையும் தீர்த்துக்கொள்வோம்...
தித்திக்கும் அந்த நாட்களை குறித்து வைக்க
நாள்காட்டிகளை பல வாங்கி வைப்போம்...
என்னோடு இரு நம்மை நாமே காதல் செய்திடுவோம்...

ப.அன்பரசன்

⸱ காதலுக்கு கண் இல்லை என்று
சரியாகத்தான் சொல்லி இருக்கிறார்கள்
எந்த இடத்தில் பார்தாலும்
இழுத்து வைத்து இதழ் சுவைக்கிறாய்...
எவர் இருந்தால் நமக்கென்ன
என்ற என்னம் காதலுக்கு மட்டுமே உரித்தான ஒன்று...

கண்க(லா)ள் பேசிய வரிகள்

↓ கண்களில் என்னடி கள்ளத்தனம் வைத்திருக்கிறாய்,
கன நேரத்தில் இந்த கல்வனை சிறைபிடித்து விட்டாய்...
ஐந்தறிவு ஜீவன் உட்பட
அனைத்து உயிர்களும் பேசத் துடிக்கிறது
அந்த வில் பாய்ச்சும் விழிகளிடம்...

ப.அன்பரசன்

முப்பொழுதும் மௌனம் காத்த என்னை,
எப்பொழுதும் பேசும்படி செய்துவிட்டாள் ...
அவள் பெயரை பாடலாய் பாடும்
என் இதயத் துடிப்பிற்கு கால்கள் மெட்டுப் போடுகிறது...

கண்க(லா)ள் பேசிய வரிகள்

கோவத்தில் சிவக்கும் உன் "கண்கள்" கூட ஏனோ
"கரிசனம்" கொள்கிறது, நீ முறைத்து பார்க்கையில்,
நான் பதைக்கும் போது...
கேவைப்பழ "இதழ்கள்" மட்டும் ஏனோ
என் "உசுர ஊறுகாயாய்" கேக்குதடி...

ப.அன்பரசன்

அவள் பார்வை என்னிடம் கேட்கிறது,
"ஞாயிறு கூட விடுமுறை இல்லையா" என்று...
காதலனுக்கும் காதலிக்கும் விடுமுறை விடலாம்
காதலுக்கு அவை கிடையாது...
அவளைப் பார்ப்பதை விட
வேறு என்ன வேலை இருக்கப்போகிறது எனக்கு...

நீ, பேசும் அழகைக் கண்டு "கவிதை பேசுகிறாய்"
என்று நினைத்தேன்...
நெருங்கி பழகிய பிறகு தான்
"கவிதை பேசுகின்றது" என அறிந்து கொண்டேன்...!

ப.அன்பரசன்

⟂ காளையற்களை கவர்ந்திடும் கன்னி
அவள் கண்களின் நோக்கம் "பார்வை" தானோ...!
பட்டுத் தெறிக்கும் வானவில்லை,
 பாவை "அவள் பார்வையில்" தெறிக்க விடுகிறாள்...
காரிகை அவள் கலருக்கென்ன குறைச்சல்
"காந்தளும்" கடன் கேட்கும்...
கரம் பிடித்து "கதைக்க"த்தான் ஆசை...
காற்றோட்ட சூழலிலும் அவள் பார்வை பட்டால்
"பாதம்வரை வேர்கு"தேனோ...
அவளிடம் உரைக்க "சொல்" பிறக்க..
"செல்" இறந்து நனைக்கிறது என்னை...

உன் இதழோரப் புன்னகை போதுமடி
நான் இயங்க...
இயந்திரம் போல் என்னை இயக்க
என்ன மந்திரம் செய்தாயோ உன் விழிகளில்...

✦ மருந்துகளும், மாத்திரைகளும் எதற்கு
அதனை அல்லித்தெளிக்கும் "உன் விழிகள்" போதாதா...
அவைகள் தான் என்னை "மயக்கவும்" செய்கிறது
"இயக்கவும்" செய்கிறது...

☀ படடும் படாமலும், நீ என் மீது பாய்ச்சிய
"பார்வை"யின் தாக்கம், உறக்கத்திலும்
"துள்ளி எழுகிறேன்"...
பட்டாம்பூச்சி சிறகாய்
படபடக்கும் உந்தன் இமைகளில்
"சொக்கி" நிற்கிறேன்...
நீ "வளையல்" போட்டுக்கொண்டது
என்னை "வலையில்" போட்டுக் கொள்ள தானா...!

ப.அன்பரசன்

↓ "நயாகரா நகலென" அவளிருக்க,
அவள் கொண்ட "நாணதில்" நான் நினைகிறேன்...
பிறை நிலவாய் "அவள் பார்வை"
பேடியாய் அலைகிறேன், பட்டும் படாமல்
"அவள் பின்னால்"
பிழையென் ஆகுமோ பிதற்றுகிறது பித்து பிடித்த மனம்...

↓ கண் விழிக்கும் முன்னறே உந்தன் ஞாபகம்
உதிக்குதடி என் முன்னே
சூரியஉதயமும் தோற்குதடி உன் நினைவில்
காலங்களின் வரிசையில் காதலையும் சேர்திடலாம்
உன் பார்வையின் தாக்கத்தில்
சேதாரம் கொஞ்சம் அதிகம் தானடி...

ப.அன்பரசன்

❖ அழகென்ற ஒற்றைச் சொல்லில் சொல்லி
முடித்துவிட முடியாது
"அவள் முடியாத கூந்தலின்" அழகை...!
அருமை, என நிருத்திவிட முடியாது அவள்
"இதழ்கள் பேசும்" இனிமையை...!
அவள் காதோடு உரசும் "கூந்தலை ஒதுக்கி",
இதலோரம் பிறக்கும் "வார்த்தையை பதுக்கி"...
என்னை ஏனோ "விழுங்க பார்க்கிறாள்"
நான், "மூழ்கிப்போன அவள் விழிகளில்"...

கண்க(லா)ள் பேசிய வரிகள்

↓ அங்காடிகளுக்கு வரும் "இனிப்புப் பண்டங்கள்"
எல்லாம் அவள் "இதழ்களால் சுவையூட்டப்பட்ட"
பிறகு தான் வருகிறதோ...!
அவள் "இதழ் பட்ட" தின்பண்டங்களில் கொஞ்சம்
"சுவை கூடித்தான்" இருக்கிறது...!

ப.அன்பரசன்

✦ பணம் பாதாளம் வரை பாயுமாம்...
அப்படிப்பட்ட பணத்திற்கு
ஆசை கொள்ளாமல் கூட இருக்கலாம் ஆனால்,
பாசத்திற்கு அடிபணியாமல் இருக்க முடியாது
"அன்பு அடிமை படுத்தும்" என்கிறார்கள் சிலர்
உண்மையில்..."அன்பு அடிமையாகிறது"
மனதிற்கு பிடித்தவர்களிடம்...
முன்னூறு நாட்கள் "வயிற்றில் சுமந்த" தாயை போலவே
முத்தமிட்டு "மனதில் சுமக்கும்"
நம்மை நேசிக்கும் ஒருவரால் மட்டுமே அது சாத்தியம்.

எழுதத் தெரிந்த நாட்களில் இருந்து
அவள் கண்களைப் பார்த்து கிறுக்கிக் கொண்டிருக்கிறேன்
அவள் விழிகளைக் காட்டிலும்
ஒரு "சிறந்த வரிகளை"
அமைக்க முடியவில்லை என்னால்...

ப.அன்பரசன்

⬇ உன்னை விட அதிகமாக உனக்காக
முத்தங்களை வாங்கிய செவிபேசி
இப்போது நான் சொல்வதையே
வேறு எவரிடமும் சொல்ல மறுக்கிறது...🥺
உனக்கு கொடுத்த இச்சில்,
எச்சில் கலந்து பழுதாகிப்போனது...😃

கண்க(லா)ள் பேசிய வரிகள்

✦ என் சுவாசக்குழாயிலும்
உந்தன் மூச்சுக்காற்று தான் தேங்கி நிற்கிறது...
என் சுவாசத்திற்காகவோ ஏனோ
ஆக்ஸிஜனை வெளியேற்றிக் கொண்டிருக்கிறது
உன் இருதயம்.

✦ பிடித்தவர்களிடம் பழகிக்கொண்டிருந்த என்னை...
பழகியவர்களை எல்லாம் பிடிக்க வைக்கிறது உன் அன்பு...
உந்தன் குணம் ஏதோ ஓர் துளி கலந்து விட்டது என்னுல்...

ப.அன்பரசன்

🔹 உன்னுடன் இருக்கும் போது
"என்னையே நான் மறந்து விடுகிறேன்"...
எனக்கு "என்ன வேண்டும்" என்பதையே,
உன்னிடம் கேட்டுதான் தெரிந்து கொள்ள
வேண்டியிருக்கிறது...

🔹 கவிதைக்கு "பொய் அழகு" என்பார்கள்
பொய்யெல்லாம் மெய்யாகிறது
உன்னை எழுதும் வேலையில்...

கண்க(லா)ள் பேசிய வரிகள்

உன் பார்வைக்கு பயந்துதானடி
பத்தடி தள்ளி நிற்கிறேன்...
பத்தடி தத்தாதடி உன் பார்வையின் தாக்கம்...
இருப்பினும் அதில் தான் ஏதோ ஓர் ஏக்கம்...
..."பக்கம் வா"... என்று...

ப.அன்பரசன்

அவள் பார்வை, "தவனை முறையில்"
என்னை தாக்க...
நான், தாகம் தீர்க்க "பருகிய குடிநீரும்"
மூச்சுக்குழாயில் "சிக்கி நிற்கிறது"...
அவள் "பார்வை"யில் செய்வதறியாமல் நின்றது
"நான்" மட்டும் அல்ல, என் "மூச்சுக்காற்றும்" தான்.

＊ சிரிக்கத்தானே சொன்னேன்...!
சிரைபிடிக்கவா சொன்(னேன்...!
சிந்தாமல் சிதறாமல் என்னை
"அள்ளிச் சென்றது" ஏனடி...

ப.அன்பரசன்

꜔ "நூறு பெண்கள்" என்னை கடந்து சென்றாலும்,
நூலளவும் "இமைக்காமல் பார்த்துக்" கொண்டிருப்பேன்...!
நீ, நூறு மையில்கள் தள்ளி இருந்தாலும்...
உன் "பெயரைக் கேட்டால்" போதும்...!
தரையில் போட்ட மீனைப் போல
"தத்தளிக்கிறது எனது கால்கள்"...!

✦ முதல் பார்வையிலிருந்து முயற்சிக்கிறேன்
"முடித்துக் கொள்ளலாம்" என்று...!
முட்டக் கண்ணு "முழி அழகி",
மூக்குத்தி "முத்தழகி",
கன்னத்துக் "குழி அழகி",
காதனியின் "கவியழகி",
கார்கூந்தல் "முடியழகி",
ரோஜா இதழ் "மெய்யழகியை"...
முடித்துக்கொள்ள மனம் இல்லை...
மணந்து கொள்ளும் முடிவில் இருக்கையில்...

ப.அன்பரசன்

இமைக்காமல் காத்திருக்கிறேன்
உன் "இதழோரப் புன்னகைக்காக"...
உந்தன் இதழ் அசைவில் எந்தன்
"இதயமாவது இயங்கட்டும்"...!
........புன்னகைக்கொள்........

✦ கண்களில் கரைந்த உன்னை
"காண மறந்தாலும், கதைக்க மறுப்பதில்லை"...!
அது போல, அன்றாடம் எனது கரங்கள்
எழுத்துக்களை "பொறிக்க மறந்தாலும்"...
என் சட்டைப் பையில் உள்ள எழுதுகோல்
எதையோ நினைத்து "கிருக்கிக் கொண்டே இருக்கிறது"...!
.........................உனக்காக...................

ப.அன்பரசன்

⚬ குளிர் காலத்திலேயே "உந்தன் வெப்பத்தை"
தாங்க முடியவில்லை என்னால்...
கோடையில் என்னவாகப் போகிறதோ...
நீ முகம் பதித்து "இளைப்பாறும் என் நெஞ்சம்"...
தையத் தைய நடந்து தரையை தடவும்,
"உந்தன் பாதத்திற்கு" என்ன தெரியப் போகிறது
வெயிலின் வெக்கை...
பாதங்களைத் தாங்கும் கரங்களுக்கு அல்லவா தெரியும்...

கண்க(லா)ள் பேசிய வரிகள்

வான் மழையும் வருடிப்பார்க்கும், பேதை அவள்
"மனம் வீசும் கூந்தலை"...!
மலர்களும் வாசம் கேட்டு வரிசையில் நிற்குதடி,
அவள் "கூந்தல் பின்னே"...!
பட்டாம்பூச்சியும் தடுமாறி தத்தளிக்கிறது,
"பூந்தோட்டம் இடம் பெயர்ந்ததோ" என்று...!
தென்றலும் "தேவைக்கு தான் வீசுது"
தேவதை "அவளைக் கடக்கையில்"...!
இவை அனைத்தும் கண்டு இழைப்பாரா,
"குடிசை ஒன்று கட்டிக் கொள்கிறேன்"...!
உன் கூந்தலோரம்...!
என்னை கூட்டிச் செல்லடி கரம் பிடித்து...!

ப.அன்பரசன்

⊥ பேனா-வும், பேப்பரும் இருந்தால் போதும்
"பொழுதுகளை களித்து விடுவேன்"...!
வார்த்தைகளுக்கு... "வர்ணம் பூசிக்கொண்டு"...
அவளை நினைத்துக்கொண்டே...!

✦ கட்டி அணைக்க "காலங்கள் தேவையில்லை"...!
கண்ணோடு, கண் பார்த்த
"நெஞ்சோடு உரசும் ஞாபகங்கள்" போதுமடி...!
கட்டழகி, அவளை நினைத்து
"கதைகள் பல எழுத" கய்யிலெடுத்த
"காகிதங்கள் தீர்ந்தது"...!
அவள் "காதோரம் ஒதுக்கிய கூந்தலைக்"
கான "கற்பனைகளும் தீர்ந்தது"...!
"என் கை" பட்ட இடத்தில்
"அவள் கண்" பட்டு,
கதைகளும் கவிதைகளானது...!
காகிதங்கள், கை மாறிக்கொள்ள
"காதலும் காவியம் ஆனது"...!

ப.அன்பரசன்

உன், "வாசம்"
வாடகைக்கு கிடைத்தால்போதும்,
குடியேறுவதற்கு காத்திருக்கிறேன்.
தனியாக அல்ல, உன் துணையாக

கண்க(லா)ள் பேசிய வரிகள்

தொற்றுக்கு, கவசம் அணிந்து
"தொடாமல் நின்ற போதும்"
தூரிகையாய்...."உரசுதடி உன் விழிப்பாய்ச்சள்"...!
பாகில் நனைத்த பாலாடைக் கட்டியைப் போல,
பதமான பார்வை பாய்ச்சுதடி...
நீ, விழிகளை உரசிக்கெள்ளும் கூச்சல்...!
சிறிது நேரம் சிரம் தாழ்த்தி சிரித்துக்கெள்ளடி,
என் பாதங்கள் தழர்வு கொள்ளட்டும்...!
நீ, புன்னகைக்கும் இரைச்சலில்,
என் மேனி "இச்சை"க் கெள்ளட்டும்...!

ப.அன்பரசன்

✦ நான் உன்னை பார்ப்பது ஒன்றும்
அரிதானது அல்ல,
"அரை நொடிக்கு"
ஒரு முறை பார்த்துக்கொண்டு தான் இருப்பேன்
ஆனால், நீ என்னை பார்ப்பதென்பது
"பஞ்சத்தில் இருப்பவனுக்கு பஞ்சாமிருதம்"
கிடைத்தது போல,
பகலிலும் பளிச்சிடும் அந்த பார்வையில்தான்
"பைத்தியம் ஆனேனடி"...!

கண்க(லா)ள் பேசிய வரிகள்

    நீ, சிரிக்கையில் "சிதறிய முத்துக்களை
அள்ளிச் சேகரித்தேன்...!
என்னை பொருக்கி...என்றார்கள்
நீ, பாதம் பதித்த இடங்களைப்
பார்வையிட்டேன்...!
ஊர் சுற்றி என்றார்கள்...!
ஆற்பறிக்கும் உனது "விழிகளின்
பார்வையில்" மயங்கினேன்...!
போதை...என்றார்கள்...!
என்னுடன் நீ இருப்பதைக் கண்டவர்கள்...
என்னை, மேதை... என்கிறார்கள்...!
இந்த மேதையும்... கடந்த பாதையும்...
அந்த "பேதை"...யின் பார்வையில் படைக்கப்பட்டவை...!

ப.அன்பரசன்

⚘ நான், கவிதை எழுத... "கவிஞனும்" அல்ல...!
கதை சொல்ல "கண்ணதாசனும்" அல்ல...!
உன்னை கட்டியனைக்க ,உன் "காதலனும்" அல்ல...!
கடைசி வரை கைப்பிடிக்க உன் "கணவனும்" அல்ல...!
தனிமையில் தத்தளிக்கையில் தான் தெரிகின்றது
"தோழமையின்" தனித்துவம்...!

கண்க(லா)ள் பேசிய வரிகள்

↓ மீன் பிடிக்கத்தானே வலையை வீசுவார்கள்...
அந்த மீன்களே(மீன் போன்ற கண்கள்)
என் இதயத்திற்கு வலையை வீசிவிட்டதே...!

↓ மின்னலைப் போல "அரை நொடி"
என்னைப் பார்த்து...
இடியைப் போல "என் மனதை" துளைத்தாயடி...!

ப.அன்பரசன்

    நான், ஒன்றும் "கவிஞன் அல்ல",
உன் கண்களைக் கண்டதால் "சூழ்நிலை
கவிஞனாக்கப்பட்டேன்"...!
உன்னைக் காணும் முன்
"பல வரிகளைப் படைத்தேன்",
அதைக் கண்டவர்கள் என்னை
கிறுக்கன் என்றார்கள்...!
உன்னை கண்ட பிறகு
"சில வரிகளை கிறுக்கினேன்"
இப்பொழுது என்னை கவிஞன் என்கிறார்கள்...!

↓ நீ, கூந்தல் நனைக்கையில்
"நயாகராவும் நாணம்கெள்ளுதடி"...!
நனைக்கும் நயாகராவும்
"நனைந்து நிற்கிறது"
வஞ்சி அவள் "மேனியில் பட்டு"...!
நான் மட்டும் என்ன விதிவிலக்கா...?

ப.அன்பரசன்

நீ, என்னைக் கண்ட "அரை நொடியில்
"உன் பார்வை என்னைக் கடத்தியதடி...!
நீ, என்னை கடந்த நொடியிலிருந்து
"என்னைக் காணவில்லை"...!
"நான்"....தொலைந்தது தெரியாமல்...
"உன்னைத் தேடிக்கொண்டிருக்கிறேன்...!
என்னை கண்ட "கண்...நீ...யா...!
என்னை கடத்திய "கன்னி...நீ...யா...!

கண்க(லா)ள் பேசிய வரிகள்

நீ, "தலைக்கோதும்"
அழகில் தடம் அறியாமல்
"திகைத்து நின்றேனடி"...!
உன் காதணி, "திசை காட்டும் கருவியானதடி"...!
உன்னை கடக்கையில்,
உன் "கைவளையல்" என்னை கட்டுப்படுத்தி "உன்னை
பின்தொடரச்" சொல்லுதடி...!

ப.அன்பரசன்

முத்தெடுக்க "கடலுக்கும் செல்லவில்லை" ...!
உன் கன்னத்தில் முத்தமிட நேரமும் இல்லை"...!
இயக்கத்திலும், செயலற்றுக் கிடக்கின்றேன்...
மின்சாரம் பாயும் "உன் விழிகளை"க் கண்டு...!

நீ, அடி வைத்து நடக்கையில் "அசையுதடி தேகம்"...!
நீ அல்லி முடிகையில் "பொழியுதடி மேகம்"...!
சிறிது நேரம் சிரித்துப் பேசடி, "சாரலடிக்கட்டும்"...!
உன் சிணுங்கள் சத்தம் என் செவியோரம்
"சில்மிஷம் செய்யட்டும்"...!

ப.அன்பரசன்

⋆ உன் கண்கள் என்ன, கவர்ந்து "ஈர்க்கும் காந்தமா"...!
எந்த துருவத்திற்குச் சென்றாலும்
விடாமல் ஈர்க்கிறது,
"இரும்பு இதயம்" கொண்ட என்னை...!

⋆ கூந்தலுக்குல் ஒழிந்திருக்கும்,
குடைவரைக் கோவிலின் சிற்பமடி நீ...!

◆ சிற்பக்கலைகளிலே காந்தாரக் கலைகள் தான்
மிகச் சிறப்புவாய்ந்தாம்...!
ஆனால், காந்தக்கன்னி
உன்னை கண்ட பிறகுதான்
"சேலை உடுத்திய" நடமாடும் "சிலை"
ஒன்று இருப்பதைக் கண்டு அதிசயித்தேன்......!!!

ப.அன்பரசன்

✦ நீரிலும், நிலவிலும், பொருட்களின்
எடை "குறையுமாம்"...!
நிலத்திலும், குறையும் என்று
"அறிந்து கொண்டேன்"...!
"உன் பார்வை" என்னை "உருக்கிய பின்"...!

கண்க(லா)ள் பேசிய வரிகள்

✦ சித்திரத்தின் சிற்பங்களில் கூட
சிறிது ஏற்றத்தாழ்வு வெளிப்படும்...
சிலையாக செதுக்கி சேலை உடுத்திய
உன்னில் நூலளவும் குறை கூறிட முடியாது...
உலக அதிசயங்களை கண்டு
ஆச்சரியம் கொள்ளாதவன்
உந்தன் அழகில் ஸ்தம்பிக்கிறேன்...

ப.அன்பரசன்

    சில்லென்ற சாரலிலும் "சிலிர்க்காத மேனி"
நீ, சிரித்து பேசையில் "நீர்த்துத்தான்" போனதடி...
உன்னை கடந்து போகையில் "கரைந்து" தான் போகுதடி...
மெத்தனம் கொண்ட மேனியும் "மெழுகாய்" ஆனதடி...
மேல்நாட்டு நடனெமெல்லாம் "நல்லிரவில்" போடுதடி...
நான் உன்னை பார்கையில்,
நலிந்த மேனி கொஞ்சம் "நாணித்தான்" போகுதடி...

புதிதாய் பூக்கும் பூக்களுக்கெல்லாம் இவளே
விலாசம்
இவள் கூந்தலே குடியிருப்பு...
பூக்களின் மத்தியில் பிறந்து பூவை ஆனவளோ...
பூக்களை சூடிக்கொல்ல பாவை ஆனவளோ...
அலங்கார பூக்களையும் அலங்கரித்திட
இவளிடம் எத்தனை கோரிக்கைகளோ...
பன்னிரண்டு வருடங்களுக்கு ஒருமுறை தான்
பூக்குமாம் குறிஞ்சி பூ
ஆண்டிற்கு ஒரு முறை பூக்கிறதாம்
இந்த குட்டி பூ
கவி என்ற பெயராலும் கட்டிப் போடும் விழியாலும்
பல கவிஞர்களும் கவிழ்ந்ததுண்டாம்...
காலத்தின் கணக்கில் என்னையும் கவிஞனாக்கிய இமைகள்.

ப.அன்பரசன்

+ அவள் கண்களைப் பார்த்து
என்னுல் லட்சம் வரிகள் தோன்றினும்...
அவளை கண்ணோடு கண் பார்க்கும் கணம்
என்னையே மறக்கிறேன்...
என் லட்சியத்தையும் சேர்த்து...

உண்மை என நினைத்து, நான் சொன்ன
"வித விதமான பொய்களை" நம்பி
திகைத்த உன்னை திகட்ட திகட்ட காதலிக்க ஆசை
ஆசைகளை அல்லி குவித்து
அதை அலங்காரமாய் மறைத்து வைத்து
இமைகளால் இம்சைகள் செய்கிறது விழியின் ஓசை

ப.அன்பரசன்

✦ அழகான பெண்கள் கண்களில் படவே இல்லை
அவளைக் கண்டு பின்...!
அவளை விடவும் அழகு இவ்வுலகில் இருக்கிறதா என்ன...?

★ சின்னதாய் ஒரு சிரிப்பு...
ஜாடையாய் ஒரு பார்வை...
செல்லமாய் ஒரு உரசல்...
கண்கள் பேசிக்கொள்ள...
கால்கள் இரண்டும் மணல் பூசிக்கொள்ள...
கரங்கள் கோர்த்து கடற்கரையில் உலா வந்திடலாம்...
கைகோர்க்கவும் கரை சேர்க்கவும்
என்னோடு நீ...என்னுல் நீ...

ப.அன்பரசன்

மழையில் நனைவது பிடிக்கும் என்றால்...
அவளுக்கும் தெரியவில்லை போல...
கருமேகங்கள் அவளை வருடிப்பார்க்கவே
தூரலாய் பொழிகிறதென்று...
அவளை நனைத்த துளிகளோ
நாணம் கொண்டு ஓடுகிறது, தரையில் வெள்ளமாய்...

மழைவிழும் "மாலை நேரம்"
மச்சக்கன்னி நீயும் எந்தன் "தோழின் ஓரம்"...
தூரல் விழும் பொழுதினில் தலை
"துவட்டிடும் துப்பட்டாவாய்" நான்...
துவட்டியும் தூரிக்கொண்டு "தூரலாய்" நீ...
வெட்கம் எனும் "மெல்லாடையில்"
வேள்வி எனும் "மேலாடை" சிறை கொள்கிறது...
வானில் நனைந்த என்னை,
வாழ்வில் நுழைத்த உன்னிடம்
"அர்பணிக்கவே" இந்த ஆர்பரிப்பு...

ப.அன்பரசன்

பிரம்மன் உன்னை "படைத்தபின்"
உன்னை பார்த்து "உன் போன்றே
படைப்புகளை" வரைந்தானாம்...
அவற்றில் "உன் போல்" எதுவும் இல்லையாம்...
ஆயிரம் "நகல்" எடுப்பினும் அவை
"அசல்" போலாகிடுமா...

கண்க(லா)ள் பேசிய வரிகள்

⚹ புன்னகையால் வினவுகிறாள்
என் மேல் ஏன் இந்த "கண்மூடித்தனமான காதல்"...
காதல் என்றாலே "கண்மூடித்தனம் தான்"...
அன்புக்கென்ன அளவு...!
அளவற்றவை தான் அன்பு...!
இருப்பினும் என்மேல் நீ காட்டிடும்
அளப்பரியா அன்பில் அசந்து போகிறேன்...

ப.அன்பரசன்

அவள் என்ற வார்த்தையில்
ஆயிரம் வரிகளை படைத்திடலாம்
அவையாவும் அவள் போல் ஆகிடுமா...

கண்க(லா)ள் பேசிய வரிகள்

இராகங்கள் பதினாறாம்...
கணக்கெடுப்பில் உந்தன் பெயரை
தவறவிடார்களோ ஏனோ...
பாடலின் கீர்த்தனை உச்சரிப்பில்
கீர்த்தனா என்றே ஒலிக்கிறது...
இவையென்ன ஓசையில் ஏற்படும் பிழையா
இல்லை எந்தன் ஆசையில் ஏற்படும் பிழையா...!
என்னுள் பிழையை சரிசெய்யும்
அவளே எனக்கு சரியானவள்...

ப.அன்பரசன்

அவள் கொலுசு ஓசையில்
வானம் கலங்குது தூரலாய்...
அவள் பாதம் வருடிட ஏங்கி திரியுது சாரலாய்...
அவள் சிரித்துப் பேசிட
இடியும் மின்னலும் கூட கொஞ்சம் சாந்தமாய்...

⬧ எனக்காக ஒரு "கவி பாடேன்" என்றால்...
கம்பனையும், வைரனையும் விடவா
பெரிய கவி பாடிவிட முடியும்...?
எனக்குத் தெரிந்த கவிதை,
"அவள் பெயர்"...பாடினேன் சிரித்தால்...
கவிதைகள் கொட்டின அள்ளி
"சேகரித்தேன்" அத்தனையும்...
கவியும் அவளே, கவிஞும் அவளாளே...

ப.அன்பரசன்

🍂 தூரத்து "பார்வை நெருங்கும்" போது
"நேரம் சுருங்குதடி" உன்னுடன்...
சொட்டு சொட்டாய் சேர்ந்தது வைத்த
ஆசை பெருக்கெடுத்து ஓடுதடி
"உன் பார்வை" என்னுல் "நிறம்பிட "
உன் "இதழ்கள்" பேசிடாத மௌன மொழி உன்
"கண்கள்" கதைக்குதடி...
காலம் எனும் வீதியில் கைகோர்த்து நடந்திட
காதல் எனும் இல்லம் அடைந்திடுவோம்
வாழ்க்கை எனும் உள்ளம் நிறைந்திட..

எதிரில் வந்ததென்ன ஒரு குத்தமா...
உன் கன்கள் விழுங்குதடி என்னை மொத்தமா...
நீ, உதட்டை சுழித்த ஒரு நொடி
என் "இதயம்" நின்றதடி...!
என்னை கடந்து போன மருநொடி
"இவ்வுலகமும்" நின்றதடி...!
திரும்பி பார்த்து என்னை திருடிவிட்டாய்...
திரும்ப திரும்ப பார்த்து உன் பினால் திரியவிட்டாய்...
ஆனதென்ன ஆச்சி அத்தனையும்...
ஆளத்தொடங்கு உன் ஆட்சியில் என்னையும்..

ப.அன்பரசன்

நீ, போகும் வழியெங்கும் "நான் காத்திருக்க"...
நான் போகும் வழியெங்கும் "நீ, பூத்திருக்க"
பூரித்துப் போனேன்...
"புதிதாய் உணர்கிறேன்" பூமியின் மேலே...
பூக்கடைகளை நாடுகிறேன் உந்தன் "பெயர் தேடி"...
உன் பெயரின்றி வேறேது "சொப்பனம்"...
உந்தன் புன்னகைக்கு என் "ஜீவன் அர்பணம்"...

பேனாவும், பேப்பரும் போல
தான் நமக்குல்லான "பினைப்பு",
என்னில் "நீ எழுதாவிட்டால்"
நான் வெற்றிடமே...
வெற்றிடம் "நிறப்ப நீ" இருப்பின்
"நிரம்பி வழிந்து நானிருப்பேன்"...
நான் என்ற "என்னை எழுதிடவும் நீயே" வேண்டும்...
"நாம்" என்ற வரிகளில் "வாழ்ந்திட" தோன்றும்...
வாசகி இல்லாவிடின் வரிகளிருப்பினும் வெற்றிடமே...

ப.அன்பரசன்

வாயிக்கு சாயமிட்டு வானவில்லை மரைக்காதடி..
உன் விழிகளுக்கு சாயமிட வண்ணங்களை குரைக்காதடி...
பார்த்தும் பார்க்காதது போல் போகாதடி...
ஓர கண்ணில் என்னை பார்த்து கொள்ளாதடி...

கண்க(லா)ள் பேசிய வரிகள்

படிக்க புடிகாது படைப்பு மட்டுமே பிடிக்கும்
    என்றிருந்தேன்...
படிக்க வைத்து விட்டாள் பிரம்மனின் படைப்பை...
வரி வரியாய் ரசிக்கிறேன் ரகசியமாய்...
நடக்கையில் சிரிக்கிறேன் தன்னேந்தனியாய்...
தூக்கத்தில் விழிக்கிறேன் துரிதமாய்...
என் ஆசை கலந்திட எப்போது நீ வருவாய்...

ப.அன்பரசன்

⚓ கண்டதும் காதல்... நம்பிக்கை இல்லை
உன்னை காணும் வரை...
காதலின் தாகம்...தீரவில்லை
உன்னை சேரும் வரை...
காதலோ மோதலோ தொட்ட குறை...
நம்முல் நாமே சொய்திடுவோம் ஒரு வன்முறை...
கனம் ஓர் முறை என்னோடு பரை...
கதைத்து கதைத்து என் கனத்தை கொஞ்சம் குறை...

✦ நான் படித்த புத்தகமும்,
எனக்கு பிடித்த புத்தகமும் அவளே...
வரிகளை மட்டுமே வாசித்தேன் வாக்கியம் புரியாமல்...
வாசகன் ஆகி விட்டேன் அவள் தான்
வாழ்க்கை என்று தெரியாமல்...

ப.அன்பரசன்

＋ நேற்று நீ இருந்தாய் என்னோடு...
இன்றும் நீ இருக்கிறாய் என்னங்களோடு...
நாளை ஒன்று இருப்பின் நான் உன்னோடு...
நாளுக் கென்ன இருக்கிறது மிச்சம்...
நாளை என்பதோ நாம் விட்டு வைத்து எச்சம்...
விழகி நின்று வேடிக்கை கொள்ள
இது ஒன்றும் வேசி காதல் அல்ல...
விழக நினைத்தாலும் விட்டுக் கொடுத்திடாத
வீம்புக் காதல்...
துக்கத்தில் துயரம் துடைக்கவும்...
தூக்கத்தில் சொப்பனம் படைக்கவும் செய்யும்...

நான் எழுதிய "வரிகளெல்லாம்" தோற்கிறது,
அவள் "இதழ் வரிகளின்" அமைப்பால்...
கையில் பிடித்த "எழுதுகோலும்"
காத்திருக்கிறது அவள் "தாரையின் மைக்காக"...
கண்களால் "கள் ஊற்றி"
தெளியா "மயக்கத்தினை" கொடுக்கிறாள்...
"போதையிலும்" நான் செல்லும் "பாதையிலும்"
அவள் "ஞாபகம்" மட்டுமே "வேரூன்றி" நிற்கிறது...

ப.அன்பரசன்

✦ என் அன்பில் நீ மூழ்கினாய்
அது "எனக்கு வரம்"...
உன் அன்பில் என்னை மூழ்கடிக்கிறாய்
அதுவோ "சுகமான பாரம்"...

✦ பிரம்மன் படைப்பில் அளவிலா அழகை ஊற்றி
வடிக்கப்பட்ட வர்ணச் சித்திரமடி நீ...
வர்ண எழிலில் ஸ்தம்பித்துப் போகிறேன்
தினம் தினம்...

⬇ கடவுள் இருக்கிறான் ஒப்புக் கொள்கிறேன்,
காரிகை அவளை படைத்தது அவனே அல்லவா...
பூ ஒன்று பிறந்து பூமியில் வாழ்வதற்கு
பாவை அவளே சான்று...
பூக்களே கண்டு விழிசாய்க்கும்,
பூவிதல் கெண்ட பேரழகு

ப.அன்பரசன்

அலைபேசியில் நீ இட்ட "அமைதியான முத்தங்கள்"
பீறிட்டு பாய, செவிகள் "சிலிற்க்குதடி"...
நீ கொடுத்த "முத்தத்தின் சத்தம்"
இரத்த நாளங்களில் "யுத்தங்கள்" புரியுதடி...
முத்தங்களை கொடு அதை மொத்தமாக கொடு...
உந்தன் முத்த சத்தத்தில்
எந்தன் மொத்த சப்தமும் அடகங்குதடி...

கண்க(லா)ள் பேசிய வரிகள்

இன்றென்ன இம்சைகள் செய்யப் போகிறாய்
என்ற அவள் சினுங்களுக்காகவே சில நேரங்களில்
வம்பிழுக்கத் தோன்றும்...
"ஊடல்" கொள்ளும் காதல்,
"கூடலின்" போது சுவை அதிகம்...

ப.அன்பரசன்

✦ முறைப்பெண் இல்லாத குறையை
தீர்த்து வைக்கிறாள், தினம் என்னை
முறைத்து... முறைத்து...
மணம் முடிக்க ஏன் மோதிரம் மாற்ற வேண்டும்
மனங்கள் மாறிக் கொண்டது போதாதா...
மாமா என்ற வார்த்தைக்கு அர்த்தம் தெரியாத
போதும் அவள் அழைக்கையில் ரசித்தேன்...

கண்க(லா)ள் பேசிய வரிகள்

தாரைத் தாரைய் எழுதியும் தீராத தாகம்
தாரகையின் தாவணிச் சுடர் தீர்க்கிறது...
சுடருக்கு இறையாக எந்தன்
இருதய துடிப்பை கேட்கிறது...

ப.அன்பரசன்

✦ மழை பெஞ்சி, வெயில் அடிச்சாலும்
"எந்த மாற்றமும் இல்லை" என்னில்...
நீ "கண் அடித்தால்" மட்டும் மாறுகிறது
"சீதோஷ்ண நிலை" என்னுல்...
காலங்களினால் மாறாத "என் இளமை"
உன் "கண்களினால்" மாறிப்போனது...

கண்க(லா)ள் பேசிய வரிகள்

ஏதாவது பேசு என்ற வார்த்தைக்குள்
இவ்வளவு ஒழிந்து இருக்கின்றதா...
வாயாடி என்ற வார்த்தையை கேட்கவா
இவ்வளவு பேச்சு பேசினாய்...
குட்டச்சி வாயாடி என
பெரும்பாலும் பெண்களை திட்டுவதற்காக
பயன்படுத்தினாலும் அவர்களின் ஆசை அதுவே...
நெருக்கமான உறவுகள் சொல்லும் போது ...

ப.அன்பரசன்

எங்க புல்ல நீ இருக்க, "மாமங்கார பாத்திருக்க"...
சேத்து வச்ச "ஆசையெல்லாம் காத்திருக்கு"...
சேதி சொல்ல "ஆளு ஒன்னு வந்திருக்கு"...
சீக்கிரமா வாடி புல்ல "சேர்ந்து வாழ தோனுதிப்போ"...
சொத்து, சொகம் தேவையில்ல சொந்தமுன்னு
சொல்லிக்கொள்ள "நீ இருந்தா போதும் புல்ல"...
"பஞ்சு மெத்த" தேவையில்ல...
"பசியோடு இருக்கையில" உன் பாசத்தோடு
"பழய சோரு" போதும் புல்ல...
"நித்திரையில் நீ" இருக்க நித்தமொரு
"பாட்டுச் சொல்லி" நிம்மதியாய் தூங்க வைக்க
"நானும் உன் கூடருக்க"...
நேரம் காலம் பாத்திடாம "பத்திரமா வாடி புல்ல"...
மாமங்கார காத்திருக்க சீக்கிரமா வாடி புல்ல...

❀ அவள் முத்தமிட்ட இடங்கள்
"இம்சைகள் செய்கிறது" என்னிடம்...
இன்னொரு முறை "இதழ் பதிக்க"ச் சொல்லி...

❀ வானில் உள்ள "நிலா குடை விரிக்குதடி"
நீ, குளித்து முடித்து கூந்தல் துவட்டையில்...
விண்மீன்களும் விரக்தியில் உள்ளன
"தன்னை மிஞ்சிய ஒளி" ஒன்று பூமியில் உள்ளதென்று...
அதனால் தானோ என்னவோ அவைகள்
"இரவில் உலாவிக்கொள்கிறது"...
நீ, உறங்கும் வேலையில்...

ப.அன்பரசன்

✦ தனிமையில் "இனிமை" என்றால்
என் தனிமையின் "நினைவுகள் நீ"தானே
இனிமையிலும் "புதுமை நீ"தானே
அரவணைப்பில் "அன்னைம் நீ"தானே
அன்பு காட்டும் "அனைத்தும் நீ"தானே
அன்றாடம் நான் உள் வாங்கிடும்
உதிரத்தின் "உயிரோட்டமும் நீ"தானே...

கண்க(லா)ள் பேசிய வரிகள்

வினாடிக்கு ஒரு முறை பார்வையை ஏன்
     மாற்றுகிறாய்...
வினவும் போது வெட்கம் என ஏமாற்றுகிறாய்...
உன் வித விதமான பார்வையில் வீழ்ந்தது இந்த பாவி மனம்
பார்வையில் வீழ்த்துவதோ அந்த பாவையின் குணம்.

ப.அன்பரசன்

  கண்ணாடியில் "முகம் பார்க்கையில்"...
கண்ணாடியும், "கண் மூடி" சிணுங்குதடி...
"சிரிக்கி அவ நெனப்பாள"...!

  வெட்கப் படுவதையே
"வெட்டி முறிக்கும் வேலையாக" பார்க்கிறது
"அவளது விழிகள்"...!
அவள் வெட்கத்தைக் கானவே
"வேலைகளை விட்டு" அவள் பின்னால்
"சுற்றித்திரிகின்றது என் கால்கள்"...!

✦ கண்ணால மொறைக்காதடி,
ஏதோ கனம் கொஞ்சம் கூடுதடி...!
மௌனமாய் கடக்காதடி,
மறைந்து நின்று சிரிக்காதடி...!

✦ அவள் என்னை கடக்கயில் திகைத்து நின்றேன்...
திங்கள் என்றனர்...
அவள் செல்லும் வழியில் சென்றேன்
செவ்வாய் என்றனர்...
அவள் புருவத்தை அசைக்கயில்
புதன் என்றனர்...
அவள் விழிகளைக் காணயில்
வியாழன் என்றனர்....
அவளை வெண்ணிற ஆடையில் கண்டேன்
வெள்ளி என்றனர்...
அவளை சந்திக்கையில் சனி என்றனர்...
அவள் ஞாபத்தில் சுற்றித்திரியும் போது ஞாயிறு என்றனர்...
கிழமை மாரலாம் இளமை மாறலாம்....
உன் நினைவுகள் மாறாது

நீ, புன்னகை-க்கயில் பூக்களும் பூரிக்குததடி...!
உன், "சாயமிட்ட வாய்"-ஐ வாடகைக்கு கேட்டு
"வரிசையில் நிற்குததடி"...!
பட்டா தான் மணக்கும் "மல்லி பூ"...!
பார்க்கும் போதே மணக்குததடி "உன் சிரிப்பு"...!

ப.அன்பரசன்

காற்றிலே அசைந்தாடும் "கார்குழல் அழகைக்
      காண"
கண்ணிறண்டு போதவில்லை...!
இருள் சூழும் வேலையிலும்,
"ஒளியூட்டும் உன் விழிகளை"க் கண்டு கடக்க பாதையும்
இல்லை...!
மலர்களும் வியந்து பார்க்கும்
"சிவந்த வண்ண இதழ், " கொண்ட... நீ....
நிமிர்ந்து பார்க்கையில் "நிவர் புயலும்"
ஒரு நிமிடம் "நின்று செல்லுதடி"...!

♦ நீ, குடைக் கொண்டு "மழையில் நடக்கையில்"
"தூரலும் துரிதம் கூட்டுதடி"...!
வான் பொழியும் வேளையிலும், வானவில்லாய் உனது
"புருவம் மின்னுதடி"...!
உன் "மெல்லிடை-யை கண்டு"
என் "மேனியின் எடை குறையுதடி"...!

♦ நீ, "கண் அசைக்கையில்" தான்,
என்னை நானே, உணர்கிறேன்...!

ப.அன்பரசன்

⊹ உணவு உண்ணும் போது கூட,
"உன் உதடுகள்" மௌனம் மேற்கொள்ளுதடி...!
நீ, இதழ் அசைக்கையில் "நான்
பசியாருகிறேன்"...!
நீ, மௌனமாக இருக்கையிலும் ,
"உன்னுடன்" பேசிக்கொண்டிருக்கிறேன்...!
நீ, "கண்" அசைக்கும் அழகிலும்...!
நீ, தலை அசைக்கும் போது உன்
"காதனி" ஆடும் அழகிலும்...!

கண்க(லா)ள் பேசிய வரிகள்

  நீ, உதட்டுச்சாயமிட்டு "உணவு"
உண்ணும் வேலையில், உணவுப்பொருட்களும்
"உயிர்தெழுந்ததடி"...! உன் இதழ்கள் அசையும்
"இனிமை"யைக் காண...!

  காற்றில் "உன் கூந்தல் "அசைகையில்
நான், "குடையை விரிதேன் மழை வருமோ...என்று...!
நீ, நெருங்கிவருகையில் தான் தெரிந்தது வந்தது
"மழை அல்ல சிலை" என்று...!

ப.அன்பரசன்

உன் "இதழ் சுவைக்க" அருகில்
நெருங்கினேன்...!
உந்தன் "மூச்சுக்காற்றில் மூழ்கடித்தாயடி என்னை...!
பிறகு... "முத்தமிடவும் மறந்தேன்...
மூச்சு விடவும் மறந்தேன்"...!

சில பெண்களை "திரும்பி பார்க்க தோனும்"...!
சில பெண்களை தான் "திரும்ப, திரும்ப பார்க்க" தோனும்...!
அப்படி... என்னை, திரும்பி பார்க்கவைத்த பெண்ணும் 'நீ
தான்"...!
திரும்ப திரும்ப பார்த்தும் திகட்டாத
பெண்ணும் 'நீ தான்"...!

ப.அன்பரசன்

நீ, பேருந்தில் அமர்ந்து பாடலை ரசிக்கையயில்
நான், உன் பக்கத்தில்
நின்று "உன்னை " ரசித்தேனடி...!
உன் நெற்றியில் சுருண்ட முடியை
நீ, அள்ளி வீசும் அழகை காண அந்த
"ஆகாயமும்" சிணுங்குதடி
அந்தச் சாரலில் ஓர் துளி உன் உதட்டில் உருவெடுக்க ,
"உலகமே" வெளுக்குதடி உன்னை பார்த்துக்கொண்டே
என் பேருந்து "பயணமும்" நிறைவுற்றதடி...!

கண்க(லா)ள் பேசிய வரிகள்

நீ, "குடைக்குள்" என்னோடு வருவாயெனில்
வருடம் முழுக்க "மழை" கேட்பேன்...!
நீ, "கைகள் கோர்த்து" நடப்பாயெனில்
முடிவில்லாத "பயணம்" கேட்பேன்...!
நீ, "சிரித்து" பேசும் அழகைக் கான
சிதராத "எண்ணம்" கேட்பேன்...!
சிதரினாலும் "சில்மிஷம்" செய்ய
உந்தன் "கன்னம்" கேட்பேன்...!

ப.அன்பரசன்

கட்டழகி, அவளை நினைத்து "கதைகள் பல எழுத"
கய்யிலெடுத்த "காகிதங்கள் தீர்ந்தது"...!
அவள் "காதோரம் ஒதுக்கிய கூந்தலைக்" கான
"கற்பனைகளும் தீர்ந்தது"...!
"என் கை" பட்ட இடத்தில் "அவள் கண்" பட்டு,
கதைகளும் கவிதைகளானது...!
காகிதங்கள், கை மாறிக்கொள்ள
"காதலும் காவியம் ஆனது"...!

கண்க(லா)ள் பேசிய வரிகள்

✦ விழிகளில் "விதைத்து" வலிகளில்
"அருக்கப்படும் கதிரின்" பெயர் தான் "காதல்" என்றாலும்...
அக்காதலின்றி "காலங்களும் கரைவதில்லை"...
இரவின் பிடியில் "சந்திரனும்",
பகலின் மடியில் "சூரியனும்"
அன்பின் வெளிப்பாடு தான்...

ப.அன்பரசன்

✦ உன்னை "காணவில்லை என்று"
அங்கும் இங்கும் "தேடி அலைந்தேன்"...
பிறகு தான் சென்றார்கள் "இன்று அம்மாவாசை" என்று...
அம்மாவாசை அன்று "நிலவு" கண்ணுக்கு தெரியாதாமே...

✦ பூமியின் "நடமாடும் போது" உனது "இறக்கைகளை"
மறைத்து வைத்துக் கொள்கிறாயா என்ன...?
என் கண்களுக்கு அவைகள் "புலப்படுவதே இல்லை"...!

கண்க(லா)ள் பேசிய வரிகள்

கருப்பில் ஏதோ ஓர் கவர்ச்சி இருக்கத்தான்
செய்கிறது
இதுவரை உன்னை கருமையில் காணாததால்
அவற்றின் அருமை தெரியவில்லையோ என்னவோ
நீ அணிந்த ஆடையின் நிழல் பட்டு
என் மேனியின் நிறம் மாறிப்போனதேனோ...

ப.அன்பரசன்

பெண்களின் நடைக்கென ஒரு தனிச் சிறப்பு உண்டு...
அவற்றில் ஒன்று அன்ன நடை
அவள் நடக்கும் அழகை அந்த அன்னமே அசந்து பார்க்கும்...
அப்படி ஒரு அழக...
அவள் நடையும்... உடையும் ஆளை உழுக்கி எடுக்கிறது...

✦ மௌனம் காக்கும் உனது இதழ்களிடம்
மழலை சொல் கேட்கும் அன்னை போல காத்திருக்கிறேன்...
மறந்துப் போயாவது ஒரு வார்த்தை பேசிவிடு...
மன ஆறுதல் கொள்கிறேன்...

ப.அன்பரசன்

உன்னுடன் "உறவை உரிமை" கொள்ள ஒவ்வொரு
நாளும் உந்தன்
"கரம் பிடித்து கதைக்க"...
'நீ' வேண்டும் என்றேன்... "துணையாக"...
"கரம் கோர்த்து" கூட்டிச் செல்ல
"காதல்" இல்லை காலந்தோறும் தோழ் கொடு *தோழா"
என்கிறால்...
தொட்டுப் "பேசும் போது" தோழா என்றிருந்தால்
"தூரம் நின்றிருப்பேன்"...
"குருதி துடிக்க" துவண்டு நிற்கிறேன்
"நீ சொன்ன வார்த்தை"யினால்...

 ♣   மாங்ரோவ் வனத்தில் கூட சிறிது நேரம்
அலைகள் இல்லாமல் அமைதியாகும்...
இந்த மானிடன் மனதின் அலைகள் மட்டும்
ஓயவில்லை எந்நேரமும்...
அலையாத்திக் காடுகளாய் என் மனதின் அலைகளை
கட்டுப்படுத்தவும், மட்டுப்படுத்தவும் அவளால் மட்டுமே
முடியும்...

ப.அன்பரசன்

இரை தேடும் பறவை கூட பொழுது சாய்ந்தால் ஓய்வு
பெறும்...
ஓய்வின்றி... திரிகிறேன் உந்தன் பின்னே...
ஓடமாய் தேய்கிறேன் உன்னாலே பெண்ணே...

உப்பு காரம் தவிர்த்து, உணவில் கூட
இத்தனை சுவை கண்டதில்லை...
நவரசத்தை காட்டும் உந்தன் விழிகளால்
உண்ணாமல் பசியாருகிறேன்...
உறங்காமல் விழித்துக் கொள்கிறேன்...!

ப.அன்பரசன்

⁋ விபத்து நேரும் போது எதிர் எதிரே மோதிக்கொள்ளும்
இரண்டிற்கும் தானே சேதம் ஏற்பட்டும்
உன் பார்வை பாய்ந்த, எந்தன் "பாகங்கள் மட்டுமே"
சில்லு சில்லாய் சிதறிக்கிடக்கிறதே
என்ன ஒரு ஆச்சரியம்...! சேதாரத்தின் போதும்
"ஒலியும்" இல்லை "வலியும்" இல்லை...

என்ன சொல்லி என்னை சாய்ச்சாளோ
என்னுல் அவளையும் பாய்ச்சாளோ
இடது கண்ணில் இம்சைகளையும்
வலது கண்ணில் அகிம்சைகளையும் செய்கிறாள்
என்னுல் போர் புரிய பிறந்தவளோ
என்னோடு போறாட பிறந்தவளோ
அவளுடனான பார்வை போரில் மண்டியிட்டு மாய்கிறேன்...
விழிகளில் வில் வித்தைகள் கற்றவள் போல...

ப.அன்பரசன்

⊥ உன் காதோடு ஒட்டி கழுத்தோடு உரசும் ஜிமிக்கி
என்ன புன்னியம் செய்ததோ முன் ஜன்மதில்
உன்தோல் உரசிட...

⊥ என்ன பாவம் செய்ததோ அந்த "காதணி"
எந்தன் "இளவரசி தேசத்தில்"
தினம் தூக்கு தண்டனை விதிக்கப்படுகிறது...

* நீ ஸ்கூட்டரில் போனாய் "ஸ்பிரிங் சீசன்"யை
  உணர்ந்தேன்...!
என்னை கடந்து போனாய் கார்காலத்தை உணர்ந்தேன்...!
என் முன்னே வந்தாய் முன்பனி காலத்தை உணர்ந்தேன்...
நீ இதமாய் பார்த்தாய் இளவேனிர் காலத்தை உணர்ந்தேன்...
நீ என்னுடன் பேசிய போதுதான் என்னை நானே
உணர்ந்தேன்...

ப.அன்பரசன்

    நீ, பார்க்கும் பார்வையில் பற்றி எரியுதடி என்
    மதிகெட்ட நெஞ்சம்...!
இரவும், பகலுமாய் உந்தன் ஞாபகம் என்னோடு மிஞ்சும்...!
உன் கண்களின் என்ன மின்சாரத்திற்கா பஞ்சம்...!
உன்னோடு சேர்ந்திட என்னையும் ஜொலிக்க வையடி
கொஞ்சம்...!

கண்க(லா)ள் பேசிய வரிகள்

உங்கள் வரிகளில் "இரசனை உள்ளது" என்கிறால்...
எப்படிச் சொல்வேன்
அந்த "ரசனையின் சொந்த" காரி 'நீ'தான் என்று...

நீ, தொழைவில் இருக்கும் போது
பக்கம்,பக்கமாய் "பிழையின்றி எழுத" தெரிந்த எனக்கு
'நீ 'அருகில் வரும் போது
"பிழையின்றி பேசக்கூடாது" தெரியவில்லை...
இவை, "எழுத்துக்களின் பிழையா"...!
அல்லது "என்னங்களின் பிழையா"...!

ப.அன்பரசன்

பல பெண்களை கடந்து சென்றாலும்
சில பெண்களை பார்கும் போது மட்டுமே கண்கள்
சிறகடிக்கும்
சிரிக்கி அவள பாக்கும் போது மட்டும் தான்
கண்களோடு சேர்ந்து கால்களும் பறக்கும்...

கண்க(லா)ள் பேசிய வரிகள்

காற்றில் களைந்து, காதோரம் உரசும் உந்தன்
"கார்மேகக் கூந்தலை" வருட நினைக்கும் என் வாலிப
எண்ணங்களை,
பார்வையில் "கசக்கிப் பிழியுதடி" உந்தன் விழிகள்...
நீ, உள் வாங்கும் மூச்சில் உரைந்து,
வெளி யேற்றும் மூச்சில் கரைந்து உன்னோடு உரையாடி...
உன் இதலோடு உறவாடி, "ஊடல் கொள்ளும்
உரிமத்தோடு" காத்திருக்கிறேன்...
நீ விழி அசைத்தால் போதும் "விந்தைகள் பல"
அணி வகுக்கும் அவ்வப்போது...

ப.அன்பரசன்

+ தினம் ஒரு கடிதம் வந்த வண்ணம் உள்ளன என்
  முகவரிக்கு ...!
அளவுக்கு அதிகமாக அதிசயத்தின் அழகை ரசிக்கிறேன்
என்று...!
கப்பம் கட்டச் சொல்லி...!

+ ஒரு தடவ பாரு "ஓரக் கண்ணால"...
நாள் முழுக்க சுத்துவண்டி "நிழல் மாதிரி" உன் பின்னால...
பாக்காம போரையே "பாவி புல்ல...
உன்ன பாத்ததில இருந்து எனக்கு "தூக்கமே இல்ல"...

வானவில் எவ்வாறு தோன்றுகிறதென்று
தெரியாமல் இருந்தேன் இத்தனைகாலம்,
நேற்று நீ! முகம் கழுவுகையில் தான் கண்டறிந்தேன்..
உன் கண்களில் பட்டு தெறிக்கும்
நீரிலிருந்து தான் உருவாகிறதென்று......

ப.அன்பரசன்

நீ, கடித்த காரத்திற்கு கண்ணீர் "செலவு என்ன தடி"...!
நீ, வாங்கிய மூச்சினில் கலந்த அனல் காற்றும் என்னதடி"
நீ, சிரித்த சிரிப்பினில் சிதறிய
"சில்லறைகளும் என்னதடி"...!
நான், உன்மேல் கொண்ட,
"அன்பு மட்டும் எண்ணற்றதடி"...!

கண்க(லா)ள் பேசிய வரிகள்

⚊ விழியால் என்னை "விலைக்கு வாங்கினாய்"
என் இளமையை "வரியாய் கட்டிக் கொண்டிருக்கிறேன்"...!

⚊ கார்காலத்தில் பிறந்த, காமன் வீட்டு மகளா
'நீ', கண்களாளையே "கரைக்கின்றாயடி" என்னை...!

ப.அன்பரசன்

⚜ அழகில் "அக்குப்பஞ்சர்" போட்டு...!
கலரில் "கைமா" பன்னிய ஒணக்கோடி
உடுத்திய "ஊதா பூ"-வே...!
கண்களாள் என்னை கசக்கிப் பிழியாதடி...!

⚜ பாலாடையும் கலங்குதடி... உன் "அழகைக் கண்டு"...
கலர், குரையுதென்று...!
தேநீரும், திகைக்குதடி... உன்னை "T-shirt-ல் கண்டு"...
தாகம் தணிக்க முடியவில்லை என்று...!
உன் கண்கள் என்னை "காய்ச்சிதடி"...
நீ, பார்க்கும் பார்வை என்னுல் ஏதோ "பாய்ச்சுதடி"...!

கண்க(லா)ள் பேசிய வரிகள்

❀ நெஞ்சிக்குல்ல நொலஞ்சி "என்னமோ "பன்ற "...!
கண்ணால பாத்து "என்ன தின்ற"..
யா-னு கேட்டா "எனக்கு தா... நீ "-ன்ற" ...!

❀ மாலை பொழுதினிலே மின்னல் ஒன்று
என்னை தாக்குவதை உனர்ந்தேன்.......
நீ நெருங்கி வந்த பின்பு தான் தெரிந்தது
தாக்கியது மின்னல்கள் அல்ல உன் கண்கள் என்று...
நீ என்னை கண்ட அந்த ஒரு நொடி
இவ்வுலகமே பிரகாசித்ததை உனர்ந்தேன் .....

ப.அன்பரசன்

✦ பகலிலும் "நிலவு" இருப்பதைக்கண்டு பதறிப்
    போனேன்...!
நீ, பால் நிற ஆடை அணிந்து வருகையில்...!

✦ ஒவ்வொரு முறை என்னை கடக்கும் போதும்
விதிகளை மீறுகிறது உன் பார்வை...
பார்வையில் ஏனடி இத்தனை விதங்கள்...

கண்க(லா)ள் பேசிய வரிகள்

    ✦ தொலைவில் இருந்தாலும் துரத்தி வந்து
"வீசுகிறது உன் வாசம்"
உந்தன் வாசத்தை சுவாசித்த, "என் இருதயம்"
நாளத்தில், குருதியின் வாசத்தை மாற்றிவிட்டது...

    ✦ ஆள் பாதி ஆடை பாதி என்பதற்காகவே என்வோ...
ஆடை அணிவதில் ஏனோ
அவ்வளவு கஞ்சம் காட்டுகிறது உன் மேனி...

ப.அன்பரசன்

⊹ இருந்தாலும் உனக்கு இவ்வளவு பிடிவாதம் கூடாது...
என்னை எடுத்துக் கொண்டு என்னிடமே தர மறுக்கிறாயே...

⊹ காலத்தின் மாற்றம்...
"மலர்" ஏந்தி காதல் சொல்லும் காலம் மாறி
"மாஸ்க்" ஏந்தி காதல் சொல்லும் காலமானது...
காலங்கள் மாறினாலும், காதல் மாறவில்லை...

கண்க(லா)ள் பேசிய வரிகள்

⟡   மனதில் ஓடிக்கொண்டிருக்கும் சில
பாடல்களை பாடத் தோன்றும், அவற்றில் சில,
வரிகளாகவே இருக்கும் வார்தைகள் வராது...
அவளிடம் பேச நினைக்கும் கனமும் அப்படி தான்
பலவற்றை பேச நினைத்தாலும்
பார்வை மட்டுமே படபடக்கும்...

ப.அன்பரசன்

 ✦ உனக்காக எழுதும் போது மட்டும்
என்னிடம் அனுமதி பெறாமல் தானாகவே
தட்டிக் கொள்கிறது என் தட்டச்சு...

 ✦ உடலை மட்டும் இங்கேயே விட்டு,
உள்ளே நுழைந்து "மூச்சுடன்" சேர்த்து
"மூச்சுக்குழாயையும்" எடுத்துச் சென்று விட்டால்...
"நுரையீரல்" இன்றி எரும்பை போல திரிகிறேன்
"எந்நேரமும்" அவள் தித்திக்கும் "நினைவுகளை தேடி"...

கண்க(லா)ள் பேசிய வரிகள்

நீரிலும் நிலவிலும் பொருட்களின்
எடை குறையும் என தெரியும்...
நிலத்திலும் குறையும் என தெரிந்து கொண்டேன்...
உன்னை பார்த்த பிறகு...
உன் மெல்லிடை கண்டு என் மேனியின் எடை குறைந்ததடி...

ப.அன்பரசன்

⊹ தனிமையும் பழகியது தவிப்பும் பெருகியது...
தத்தளித்து நான் இருக்க தாங்கி பிடிக்க யாரிருக்கா...
தனித்தனியாய் போனதென்ன ஆளுக்கொரு திசையிருக்க
தீண்டியதென்ன நினைவுகளோ...
நினைவுகளோடு வாழ்ந்திருக்க...
என் நினைவேனும் உனக்கிருக்கா...

கண்க(லா)ள் பேசிய வரிகள்

⬇ "U1 இசை" மட்டுமல்ல எவன்(ர்) "இசையும் தோற்கும்"
நீ முத்தமிடும் சத்தத்தில்...
உன் "இதழ் ஓசையில்" "இசைக்கருவிகள் ஓசை"
தோற்பதொன்றும் ஆதிசயமல்ல..

⬇ கண்ணுக்கு தெரியாத நம்பிக்கையின் பெயர்
கடவுள் என்றால்...
நீ என்மீது காட்டும் காதலோ, கரிசனமோ கடவுள் தான்...

ப.அன்பரசன்

⋆ தங்கத்தை உரசி தானே பார்ப்பார்கள்
உரசலுக்கு ஏனோ சுட்டெரிக்கிறது உன் பார்வை...

⋆ டிஜிட்டல் எழுத்துக்களும் தடம் புரளுதடி
உன் மேனியின் அமைப்பைக் கண்டு...!
ஒ...! கட்டுடல் மேனி என்பார்களே அது இதுதானா...?

கண்க(லா)ள் பேசிய வரிகள்

⊥ வானோடு சேராத வண்ணங்களையும்
உன் வாயோடு சேர்த்து வாலிபத்தை வதைக்குதடி
வானவில்லாய் உன் இதழ்கள்...

⊥ உன் கண்கள் என்ன, வெட்டி வைத்த கரும்புக் கட்டா...
!
காலையும் மாலையும் கட்டெறும்பு போல
விடாமல் தேடுகிறது என் இதயத்தை.

ப.அன்பரசன்

வானில் கோடிக்கணக்கில் விண்மீன்கள்
இருந்தாலும்,
நிலவு வரும்பொழுது அவைகள் அவ்வளவாக
கவனிக்கப்படுவதில்லை...!!
அதுபோலதான் உன் கண்களை கண்ட அந்த நாள் முதல் ,
வேரு எந்த கண்களையும் காண நினைப்பதில்லை.....!!!

கண்க(லா)ள் பேசிய வரிகள்

⬇ மீன் பிடிக்கத்தானே வலையை வீசுவார்கள்..!
அந்த மீன்களே(மீன் போன்ற கண்கள்)
என் இதயத்திற்கு வலையை வீசிவிட்டதே...!!

⬇ உன்னை கண்ட பின் சில நேரங்களில்
உணவு இல்லாமல் கூட இருந்திருக்கலாம்,
ஆனால் உன் கண்களின் நினைவு
இல்லாமல் இருந்ததில்லை...

♣ கல், அருந்தியும் மயக்கமடையாத நான்...!
கல்லி, உன் கண்களை கண்டதிலிருந்து
மயக்கத்திலே கிடக்கிறேன்...!!
போதையில் அல்ல, நீ செல்லும் பாதையில்...

♣ உன் முதல் பார்வையிலே நான் முழுவதும்
   வேர்த்தேன்......!
நீ, முகம் சுழிக்கையிலே நான் மூச்சடைத்துப் போனேன்......!!
நீ, முத்தமிடையில் தான் நான் முழுமையடைந்தேன்......!!!

↓ சிரிப்பால் என்னை சிதைத்தவளே....... !
சில்லறை சிரிப்பால் என்னை சிறையெடுத்தவளே......!!
"உன்" குழந்தை சிரிப்பில் "நான்" குலைந்து போனேன்....டி.....
"என்அவளின்" சிரிப்பை காண,
 என்ன விலை வேண்டுமானாலும் தருவேன் நான்.....

↓ அன்பே, நீ கண்ணுக்கு மையிட்டு என்னை கண்டதால்,
உன் பார்வையில் "நான் கருத்துப்போனேன் "....!
சாயமிட்ட "உன்" உதட்டினால் ஒரு முத்தமிட்டால்,
சிவந்து விடுவேன் நான்....!!

ப.அன்பரசன்

✦ அழகான பூ ஒன்று இருப்பதை கண்டு,
அதன் அருகில் சென்றேன், அதை 'பரிப்பதற்கு
நீ, கண் இமைக்கும் போதுதான் தெரிந்தது
அது பூ அல்ல "உன் கண்கள் " என்று...

✦ உன், கூந்தலெனும் அருவியில்
குழித்து விளையாட ஆசை....!
என்னை அள்ளி சூடிக்கொள்ளடி 'பூ'வாக...!!

கண்க(லா)ள் பேசிய வரிகள்

✦ உன் கண்களாள் பல ஃபாசைகள் பேசி என்னை
கவர்ந்தாய்,
நீ வாயால் பேசிய ஃபாசை மட்டும் ஏனோ எனக்குப்
புரியவில்லை.....!
ஓ இதற்குக் காரணம் தான் மொழி.....!!
அதனால் தானோ என்னவோ என் மனதின் ஓரம் ஒரு, சிறு
வலி...

ப.அன்பரசன்

    + உள் "கூந்தல்" களைந்து கருமேகங்களாய் என்னை
    சூழ்ந்ததடி,
அதனால் தானோ என்னவோ,
நான் "மழையில்" நனைய ஆசை பட்டேன்........
தனியாக அல்ல உன்னுடன் இணையாக.......

    + ஏழு வகையான தேனிக்கலும்,
உன்னை கண்டு வியந்து செல்கின்றதடி...!
உன்னைப்போல் ஒரு "நடமாடும் பூ"
இருப்பதை கண்டு...!!

சிற்பக்கலைகளிலே காந்தாரக் கலைகள் தான்
மிக சிறப்புவாய்ந்தவை,
என கேள்விப்பட்டேன், ஆனால் காந்தக்கண்ணி
உன்னை கண்ட பிறகுதான்
சேலை உடுத்திய நடமாடும் சிலை
ஒன்று இருப்பதை கண்டு அதிசயித்தேன்.......!!!

ப.அன்பரசன்

⤷ கருந்தென்றலொன்று "கண்களாள்"
கத்தி வீசி கரைத்தது என்னை...!,
நான் காணும் முன்னே காலம் கடத்திச்சென்றது,
அந்த "கண்ணை"...!!

⤷ உன் கண்கள் என்ன, கவர்ந்து ஈர்க்கும் காந்தமா !
எந்த துருவத்திற்கு சென்றாலும்,
விடாமல் ஈர்க்கிறது,
இரும்பு இதையம்கொண்ட என்னை.. !!

⚡ முத்தெடுக்க கடலுக்கும் செல்லவில்லை....!
உன் கன்னத்தில் முத்தமிட நேரமும் இல்லை...!!
இயக்கத்திலும் செயலற்று கிடக்கின்றேன்,
மின்சாரம் பாயும் உன் விழிகளைக் கண்டு....!

⚡ நான் நினைத்த போது "நீ வந்தாய்"
அது எதற்சி...!
நான் நினைத்தபோதெல்லாம்,
என் முன்னே "வந்து நின்றாய்"
எனக்குல் என்னென்னவோ ஆச்சி...!!

ப.அன்பரசன்

⚘ சிவப்பு நிற ஆடையில் வந்த "சிங்காரியே"...!
அரை முகத்தை மட்டும் காட்டிய அரபு நாட்டு "அழகியே"...!
வளையல் ஓசையில் என்னை "வசியம் செய்தவளே"...!
துப்பட்டாவை வீசி என்னை துப்பரிவாளன் ஆக்கினாயடி...!

⚘ கார்காலத்தில் பிறந்த "காட்டு முயல்" குட்டியடி நீ'...!
உன் கால் பதிந்த "வழியெல்லாம் பின் தொடருகிறேன்",
உன்னை துரத்திக்கொண்டு அல்ல,
உன்னை "துலைத்துவிட்டு"...!

கண்க(லா)ள் பேசிய வரிகள்

நான் உன்னை பார்ப்பது ஒன்றும் அரிதானது அல்ல,
"அரை நொடிக்கு" ஒரு முறை பார்த்துக்கொண்டுதான்
இருப்பேன்...!
ஆனால், நீ என்னை பார்ப்பதென்பது
"பஞ்சத்தில் இருப்பவனுக்கு பஞ்சாமிருதம்" கிடைத்தது
போல...!
பகலிலும், பளிச்சிடும் அந்த பார்வையில் தான்
"பைத்தியம் ஆனேனடி"...!

ப.அன்பரசன்

⬦ நீ, சிரித்துப் பேசும் போது "உன் காதணி"
அசையும் அழகைக் கண்டு ...!
உன் காதலன் ஆனேனடி...!

⬦ நீ, பாடலை ரசிக்கையில் உன் பக்கத்தில் நின்று
"உன்னை" ரசித்தேனடி...!
உன் நெற்றியில் சுருண்ட முடியை
நீ, அள்ளி வீசும் அழகை காண அந்த
"ஆகாயமும்" சிணுங்குதடி...!
அந்தச் சாரலில் ஓர் துளி
உன் உதட்டில் உருவெடுக்க, "உலகமே" வெளுக்குதடி...!
உன்னை பார்த்துக்கொண்டே என் பேருந்து
"பயணமும்" நிறைவுற்றதடி...!

↓ கண்ணாடியால் "கண்ணுக்கு" ஏனடி கரையிட்டாய்...
கரையை கடக்க முடியாமல்
கரையின் விளிம்பிலேயே நிற்கிறேன் கல்லி,
உன்"கண்களை" காண...

↓ நீ,உதட்டுச்சாயமிட்டு
"உணவு" அருந்தும் வேலையில்,
உணவுப்பொருட்களும் "உயிர்தெழுந்ததடி"...!
உன் இதழ்கள் அசையும் இனிமையை காண...!

ப.அன்பரசன்

❖ என்னை கடக்கையில்,
எண்ணேரமும் "கடைக்கண்களாள்" பார்த்தாயடி...!
காரணம் கேட்டதிற்கு என்னை "கள்வன்" என்றாயடி
கருவாச்சி...!

❖ நீ அணிந்த ஆடையோ "கருப்பு வெள்ளை" ...!
அதை கண்டதிலிருந்து தினம், தினம்
என் "கனவில் தொல்லை"...!

உணவு உண்ணும் போதுகூட,
உன் உதடுகள் மௌனம் மேற்கொள்ளுதடி...!
நீ, இதழ் அசைக்கையில்
"நான்" பசியாருகிறேன்...!!
நீ, மௌனமாக இருக்கையிலும்,
உன்னுடன் பேசிக்கொண்டிருக்கிறேன்...
நீ, "கண்" அசைக்கும் அழகிலும்...
தலை அசைக்கும் போது
உன் "காதணி" ஆடும் அழகிலும்...!!!

ப.அன்பரசன்

நீ, என்னை கடக்கையில் சிரித்தாய்...
அது கடந்த காலம்...!
நான், உன் எதிரில் வரும்போதெல்லாம் சிரித்தாய்...
அது எதிர்காலம்...!
நான், உன்னை நினைக்கும் போதெல்லாம் சிரிக்கின்றேன்...
இது நிகழ்காலம்...!
நீ, இல்லாமல் போனால்...
அது தான் இறந்தகாலம்...!

கண்க(லா)ள் பேசிய வரிகள்

பாத்ததும் "பத்திக்கிரையே"
நீ, என்ன "நெய்வேலி நிலக்கரியா"...!
பேசுனதும் "தித்திக்கிரையே"
நீ, என்ன "கொய்திடாத கொம்புத்தேனா"...!
நமக்குல் இடைவெளி வேனா ...!
என்னுல் நீயே, நீ... தானா ...!
உன்னில் நானே, நான் தானா ...!

ப.அன்பரசன்

⚬ முகம் முழுவதும் "முழு நீளஆடை" போட்டு மூடினாய்,
கண்களையும் சேர்த்து மூடி இருந்தால்
என் "கால் நூற்றாண்டு" சேமிக்கப்பட்டிருக்கும்...!

⚬ நீ, "தலைக்கோதும் அழகில்"
தடம் அறியாமல் திகைத்து நின்றேனடி...!
உன் காதணி,
"திசை காட்டும் கருவியானதடி"...!
உன்னை கடக்கையில்,
உன் கைவளையல் என்னை கட்டுப்படுத்தி
"உன்னை பின்தொடரச் சொல்லுதடி"...!

உன் பாதம் பட்ட இடத்தில் பாதரசம் கசியுதடி...!
நீ, பாதம் பதித்த இடம்
"மண் அல்ல என் மனம்"...!
கசிந்தது "உலோகம் அல்ல என் உள்ளம்"...!
நீ,"என்னுல் பாதம் பதிக்க",
நான் "உன்னுல் புதைந்தேனடி"...!

ப.அன்பரசன்

⸭ காலை நேரத்தில் கல்லூரியில் உன்னை கண்டேன்...
"கன மழை" போல கல...கல... வென இருந்தாய் ...!
மாலை நேரத்தில் மைதானத்தில் பார்த்தேன்
"மித மழை" போல மௌனமாய் இருந்தாய் ...!
சாந்தமா என்னை பார்க்கையில்
உன் விழிச் சாரலில் நனைக்கிறேனடி ...!

கண்க(லா)ள் பேசிய வரிகள்

⬇ காற்றில் "உன் கூந்தல் "அசைகையில் ...
நான், "குடையை விரித்தேன்"
மழை வருமோ...என்று...!
நீ, நெருங்கிவருகையில் தான் தெரிந்தது
வந்தது "மழை அல்ல சிலை "என்று...!

ப.அன்பரசன்

✦ 'நீ 'என்னை கண்ட "அரை நொடியில் "
உன் பார்வை என்னை கடத்தியதடி...!
நீ, என்னை கடந்த நொடியிலிருந்து
என்னை காணவில்லை...!
"நான்".... துழைந்தது தெரியாமல்...
"உன்னை தேடிக்கொண்டிருக்கிறேன் "...!
என்னை கண்ட "கண ...நீ "...யா...!
என்னை கடத்திய "கன்னி...நீ"..யா...!

கண்க(லா)ள் பேசிய வரிகள்

"உன் விழி" எனும் வில்லில்
இருந்து பாய்ந்த அம்பு தாக்கி வீழ்ந்தேனடி,
'நீ ' என்னை அழைக்கையில் தான்,
தற்காலிகமாக இயங்குகிறேன் ...

ப.அன்பரசன்

நீ, சேலை உடுத்திய செய்தி எனக்கு
"ஓலையில் வந்ததடி"...!
நீ, சாலையில் நடக்கயில் ஜல்லியும்
"மல்லியாய் பூத்ததடி"...!
உன் "ஒற்றை பார்வை"
பாலைவனமாய் இருந்த என்னை
"சோலைவனம் ஆக்கியதடி"...!

கண்க(லா)ள் பேசிய வரிகள்

⚮ வகுப்பறையில் என் கண்கள்
புத்தகத்தை பார்க்காமல், உன்னை தேடின
அப்பொழுது தான் எனக்கு தெரிந்தது
எனக்காக எழுதப்பட்ட புத்தகம் நீ என்று!!

⚮ மங்கையின் கையில்... மல்லிகை...
மல்லிகை "மணம் வீசும்" என தெரியும்....
மனதை ஈர்க்கவும் செய்யுமா...!

ப.அன்பரசன்

⚘ முத்தத்திலும்... யுத்தத்திலும்...
"நீ இட்ட சத்தம்"...!
என் செவியோரம் ஒலிக்குதடி அவ்வப்போது...!!

⚘ உன் "இதழ் சுவைக்க"
அருகில் நெருங்கினேன்...!
உந்தன் "மூச்சுக்காற்றில்
மூழ்கடித்தாயடி" என்னை...!
பிறகு... "முத்தமிடவும் மறந்தேன்...
மூச்சு விடவும் மறந்தேன்"...!

கண்க(லா)ள் பேசிய வரிகள்

⚓ உந்தன் அலங்காரம் கலைத்து...
உன்னை அடையாளம் காட்டவந்த
"அரசனடி நான்"...!
என்னை ஆளவந்த "ஐந்தடி அழகியடி நீ"...!

⚓ முதல் பார்வையிலே
என்னை விழுங்கியதடி "உன் கண்கள்"...!
தூண்டிலில் சிக்கிய மீன் போல
உன் கண்களில் "சிக்கித் தவிக்கிறேன்"...!
உன் கன்னங்களை கண்டதிலிருந்து
"மயக்கத்திலே கிடக்கிறேன்"...
அவை "கன்னங்களா அல்லது தென்னங்கள்ளா"...!

தேனீரும் தேவையற்றுப் போனதடி,
"உன் தேகம்" மின்னும் அழகைக்கண்டு...!
உண்ணவும், உடுத்தவும் கூட மறந்தேனடி...
உன்னுடன் பேசிய நொடிப் பொழுதிலிருந்து....!
எந்தன் இதயத்தை இயக்கும்
"இயக்கியடி" உந்தன் இமைகள்...!

கண்க(லா)ள் பேசிய வரிகள்

    ✦ உந்தன் "தராசுத்தட்டு கண்களை" கொண்டு
என்னை "அளவாக பார்க்கிறாய்" என்னை
"அளவிட" பார்க்கிறாயா...! இல்லை...
"களவாட" பார்க்கிறாயா...!

    ✦ பார்வையிலே கிச்சு கிச்சு மூட்டுதடி
"உன் கண்கள் "...!
அதனால் தானோ என்னவோ,
' நீ ' என்னை கண்ட உடன்,
என்னை அறியாமலயே சிரிக்கின்றேன் "நான்" ...!

ப.அன்பரசன்

உன் சல்லடைக் கண்களாள்
"என்னை சளிக்காதடி"...!
எத்தலைல முலைற உன்னை கண்டாலும்
"எனக்கு சலிக்காதடி"...!
உன் குரு குரு கண்களால்
"என்னை குழைக்காதடி"...!
உன் பின்னால் சுற்ற விட்டு
"என்னை அலைக்காதடி"...!
உன் கோலிகுண்டு கண்கள்
"என்னை மிரட்டுதடி"...!
இருப்பினும் எந்தன் கால்கள் இரண்டும்
"உன்னை விரட்டுதடி"...!

'நீ ' கால் நடையாய் போகயில்
நான் "கரைந்து போனேனடி"...!
என்னை கடந்து போகயில்
"கவிழ்ந்து போனேனடி"...!
கண்டதும் என் மனதை களங்கடிக்குதடி
"உந்தன் மேனி"...!
என் மனம் எனும் மாளிகைக்குல் "வா...நீ"...!

ப.அன்பரசன்

⊥ நீ என்னை கண்டு 'நகம்' கடிக்கையில்
நானும் கொஞ்சம் நாணித்தான் போகிறேன் வெக்கத்தில்...

⊥ நித்திரையின் "நேரமும்" குறைந்தது,
உணவின் "அளவும்" சுருங்கியது,
அன்றாட தேவைகளான "உணவு, உடையை"
தவிர "இருப்பிடமும்"
மறந்தே போனது இருப்பினும்
"எடை" மட்டும் கூடிப்போனது மனதில்
"அவள் நினைவால்"...

⚓ சொல்வதை விட செய்வது கடினம் என்கிறார்கள்
சொல்வதை விட அதிகம் செய்கிறது
அவள் பார்வை என்னை...
செய்வதற்கரியா செயலையும்
செய்ய வைக்கிறது அவளது ஜாடை பார்வை...
பார்வையில் பரிதவிப்பு என்பதை உணர்கிறேன்...
அவளைப் பார்க்கும் வேலையில்...

ப.அன்பரசன்

உணவு உட்கொள்ளும் வேலையில்,
நகத்தில் எடுத்து உதடை தடவிக்கொடுத்து
"பசியாரும் நீ" ...
என்னை மட்டும் அரக்க பறக்க பார்த்து
கண்களால் விழுங்கியும் பசியாராமல் பார்ப்பதேன்...

* நடக்கும் நடையில் கூடவா நாணம் கொள்ள
  முடியும்...?
உன் "பிஞ்சு பாதங்களால்" பட்டும் படாமலும்
நீ நடக்கும் நடையில் என் மேனியும், "லேசாகுது"
நடந்து செல்கிறாயோ மிதந்து செல்கிறாயோ...!
மிரண்டு போகிறேன் உன் "மிதமான நடையில்"
உன் அங்கதச்தின் அழகில்
ஆண் வர்க்கமே மண்டியிட்டு கிடக்கிறது
மாராப்பில் அங்கத்தையும் மனதில் மாமனையும்
மறைந்துக்கொள்
உன்னால் மாய்ந்தவன் உன்னில் மறைந்து கொள்கிறேன்...

ப.அன்பரசன்

விவரம் அறியா பிள்ளை எதையோ பார்த்து
"அஞ்சுவதை" போல்
உன் "கண்களை கண்டு" என் "கால்கள் அரண்டு"
நின்றாலும்,
கிலுகிலுப்பை "சத்தம் கேட்டு"
ஓடும் குழந்தை போல
உன் "கொழுசு ஓசை" கேட்டு துள்ளிக் குறிக்கிறது
"என் மனம்"

கண்க(லா)ள் பேசிய வரிகள்

⚓ கண்டும் கானாமல் கடக்கும் "கடைக் கண் பார்வை"
என்னை, களவு செய்ய தூண்டுகிறது
சின்னஞண்டு கண்கள் என்னை சிக்கவைத்து
சிறை பிடிக்கத் தான் பார்க்கிறது
களவு செய்யவும் தூண்டி
கைதாக்கிக் கொள்வது தான்
காதல் அகராதியில் எழுதப்பட்ட சட்டங்களோ....

ப.அன்பரசன்

நான் மட்டுமே பார்த்துக் கொண்டிருந்த நிலை மாறி,
நீ என்னை "திரும்பி பார்க்கும்" தருணத்தில்...
எதையோ, "காணதைக் கண்டது போல"
சிறகு விரிக்கிறது என் மனம்...
சிறகில்லாத போதோ சுற்றி சுற்றி வருவேன்...
சிக்னல் கிடைத பின் சொல்லவா வேண்டும்...

⚘ உன் "முலாம் பூசாத இதழ்" வரிகள்
என் ஆயுள் நாட்களை கூட்டுதடி...
எண்ணாமல் இருப்பினும் என் என்னமெல்லாம் மாறுதடி...
ஆயுளையும் கூட்டி, அதன் அர்த்தங்களை காட்டி,
என் இளமையையும் வாட்டி,
உனக்கான என்னிடத்திலேயே ஏன் இந்த அற்பத்தனமான
போட்டி...
தாய் மொழி தமிழுக்கும், தமிழ் உறவுகளுக்கு நன்றி...!
இந்த படைப்பு பற்றிய உங்கள் கருத்துக்களை மறக்காமல்
பகிருங்கள்.

என்றும் அன்புடன்...
அன்பு(எ) அன்பரசன்

Gmail - spanbu143@gmail.com
Phone - 9597585261

ப.அன்பரசன்

ப.அன்பரசன்